புளியந்தோப்பு சாசனம்

தொகுப்பாசிரியர்கள்:

முனைவர். பணி. வ. செபஸ்தியான்

முனைவர். ஐ. ஜா. ம. இன்பகுமார்

புளியந்தோப்பு சாசனம் (கட்டுரைகள்)
தொகுப்பாசிரியர்கள்: முனைவர். பணி. வ. செபஸ்தியான்,
முனைவர். ஐ. ஜா. ம. இன்பகுமார்
முதல் பதிப்பு: சனவரி, 2024
வெளியீடு: அறம் பதிப்பகம்
அறம் பதிப்பக முதல் பதிப்பு: மார்ச், 2024
வெளியீட்டு எண்: 155
பக்கங்கள்: 46, விலை: ரூ 70

Puliyanthoppu Saasanam (Essays)
Compiled By: Pani. Dr. V. Sebastian, Dr, J.J. Inbakumar
First Edition: Jan, 2024
Aram First Edition: Mar, 2024
Published By: ARAM PUBLICATION
Address: No. 3/582, Mullai Street,
Kasthuribai Nagar, Mullipattu Village & Post,
Arani Taluk - 632 316,
Thiruvannamalai Dt, Tamil nadu.
Contact Cell No: 91507 24997
e-mail: arampublication50@gmail.com
Wrapper & Book Design: R.Prakash
ISBN: 978-81-971031-8-6
Pages: 46,

புத்தகம் கிடைக்கும் இடம்
தொன்போஸ்கோ தொழில்
வளாகம்
புனித. ஜோஸப் தொழிற்பயிற்சி
நிலையம்,
106, 107, 108 டி'கேஸ்டர் ரோடு,
பேசின் பிரிட்ஜ் (புளியந்தோப்பு)
சென்னை - 600 012

Books Available a;
Don Bosco Tech Campus
St. Joseph Technical Institute
106, 107, 108 D'Castor Road,
Basin Bridge (Puliyanthoppu)
Chennai - 600 012

சமர்ப்பணம்

வடசென்னை மக்களுக்கும்,
இந்திய இளையோர்களுக்கும்...

வாழ்த்துரை

"புளியந்தோப்பு சாசனம் 2024" ஒரு காலத்தின் குரல். விழித்துக்கொண்ட இளையோரின் ஜனநாயக அரசியல் பயணம். வலை உலகத்தில் பின்னப்பட்டிருக்கும் இன்றைய இளையோர்கள், எதார்த்தத்தை விட்டு எத்தனையோ கிலோமீட்டர் தொலைவில் வாழ்கிறார்களோ என்ற வேதனைக்கு ஒரு விடிவெள்ளியாக மாற்றத்திற்கான ஆளுமைத் திறன், அரசியல் புரிதல் மற்றும் பங்கேற்பு என்று இளையோர்களாய் இணைந்து இப்படிப்பட்ட ஜனநாயக வாழ்வியல் சாசனத்தை உருவாக்கியிருப்பது போற்றுதற்குரியது. நம் இந்திய அரசியலமைப்புச் சட்டத்தின் முகப்புரையை சாராம்சமாகக் கொண்டு, எதிர்வரும் பொதுத் தேர்தல் மட்டும் அல்லாமல், இனி ஜனநாயகம் மட்டுமே வெல்லும் என்னும் புரிதலோடு பயணிக்கும் மாற்றத்திற்கான இந்த தலைமுறை — தலைவர்களை வாழ்த்துவதில் பெருமை கொள்கிறேன்.

"மானுடரின் சுதந்திரத்தையும், அவர்தம் மாண்பையும் மதிப்பது சலுகையல்ல, கருணையும் அல்ல; இது ஒரு அறகடட்டாயமே" என்ற பவுலோ பிரையரின் கூற்றுக்கிணங்க, இதே வேகத்தோடு இணைந்தெழுவோம். நம் அற சினம் முடிவில்லா ஜனநாயகம் தழைக்கும் வரை கொழுந்து விட்டு எரியட்டும். இளையோராய் கரம் கோர்ப்போம், நீதி, சமத்துவம், சகோதரத்துவம் நம் பேச்சும், மூச்சும் வாழ்வாகவும் மாறட்டும். வாழ்க ஜனநாயகம், வெல்லட்டும் புளியந்தோப்பு சாசனம்...

நிறைவாக, கவிஞர் மு.மேத்தாவின் 'என்னுடைய போதிமரங்கள்' எனும் புத்தகத்தில் இருந்து ஒருந்து ஒரு கவிதையை இங்கே குறிப்பிட விரும்புகின்றேன்.

"உதயத்தை எங்கெங்கோ
ஒளித்து வைக்க
உலவி வரும் கால்களுக்கு
உதை கொடுக்க
தனியுடமைக் கொடுமைக்கு
முடிவெடுக்க
சமத்துவமும் சரித்திரமும்
விழி திறக்க
காலமே வா இங்கே
கை குலுக்க
கறை படிந்த மனதுகளின்
பொய் வெளுக்க"

நம்முடைய எதிர்காலம் நன்மைகளை மட்டும் கொண்டுள்ள சமுதாயமாக இல்லாமல் சவால்கள் நிறைந்த காலமாக இருக்கும் என்று கவிஞர் மு. மேத்தா கருதுவதை இங்கே நினைவில் நிறுத்தி, அத்தகைய சவால்களை சந்திக்க இந்த "புளியந்தோப்பு சாசனம்" ஜனநாயக செயல்பாடுகளுக்கு சிகரம் அமைக்க வாழ்த்துகின்றேன்.

என்றும்

குடிமைச் சமுக செயல்பாட்டில்,

அருட்பணி. கிறிஸ்டோபர் சச.

தொன் போஸ்கோ சமூக மாற்றுப்பணி

மற்றும் ஆராய்ச்சி மையம்,

சிகரம், திருவண்ணாமலை.

வாழ்த்துரை

பன்முகத்தன்மையும், மனித வளங்களும் அதிகம் நிறைந்துள்ள ஒரு நாட்டில், நாட்டின் எதிர்காலத்தூண்கள் என்றழைக்கப்படுகின்ற இளைஞர்கள், அரசியலில் தீவிரமாகப் பங்கேற்பது வரவேற்கவேண்டிய மிக முக்கிய அம்சமாகும். இந்தியாவின் இளைஞர்கள் பரந்த மற்றும் துடிப்பான மக்கள்தொகையை பிரதிநிதித்துவப்படுத்துகின்றனர். மேலும் அவர்கள் அரசியலில் ஈடுபடுவது நாட்டின் வளர்ச்சி மற்றும் முன்னேற்றத்திற்கு மிக முக்கியமானது. நமது நாட்டில் இளைஞர்கள் மக்கள் தொகை, ஐம்பது சதவிகிதத்துக்கும் அதிகம் உள்ளது. அத்தகைய இளம் குரல்கள், தேவையான இடங்களில், போதுமான இடங்களில் பிரதித்துவப்படுத்தப்படவில்லை என்பது அரசியல் ஜனநாயகத்தின் மிகப்பெரும் அவலம் என்பதை நாம் ஒத்துக்கொள்ள வேண்டியுள்ளது. அதே நேரத்தில் இப்படிக் குறைவான பிரதிநிதித்துவத்தின் குரல்கள் அரசாங்கத்தின் வழிகாட்டுக் கோட்பாடுகளுக்கும் வருங்கால தூண்களான இளைஞர்களுக்கும் இடையில் மிகப்பெரும் பிளவை உண்டாக்குகின்றது.

இன்றைய பொதுத்தளங்களில், இளைஞர்கள் புதிய யோசனைகளையும், புதிய முன்னோக்குகளையும், கொண்டு வருகிறார்கள். குறிப்பாக கல்வி, சுற்றுச் சூழல், வேலைவாய்ப்பு மற்றும் காலநிலை மாற்றம் போன்ற இன்றைய இளைஞர்களையும், புதிய தலைமுறைகளையும் நேரடியாகப் பாதிக்கும் பிரச்சினைகளைப் புரிந்துகொள்வதற்கும், அந்தப் பிரச்சனைகளை குறித்து வாதிடுவதற்கும் அவர்கள் அதிகமாக மெனக்கெடுவார்கள். இளைஞர்களின் சிந்தனைகள்

புதியதாகவும், மாற்றியமைக்க கூடியதாகவும், சமகால சவால்களை சந்திக்கவும், தொழில் நுட்பத்தையும் நவீன தகவல் தொடர்பு முறைகளை பயன்படுத்தி விளிம்பு நிலை மக்களுக்கும் அதிகாரமயமாக்குவதில், இளைஞர்கள் புதிய பாதையை உருவாக்குவார்கள் என்கிற வாஞ்சையோடு, வடசென்னை இளைஞர்களின் குரலாக 'புளியந்தோப்பு சாசனம்' என்கிற இந்த ஆவணத்தைக் கொண்டு வருகின்ற இளைஞர்களின் முன்மொழிவு, ஆவணமாக இந்த 'புளியந்தோப்பு சாசனம்' வெளிவருவதில் எளியமக்களின் ஒரு பிரதிநிதியாக இந்த ஆவணத்தை நான் வழிமொழிகின்றேன்.

அரசியல் அமைப்பு, அடித்தட்டு மக்களின் ஜனநாயக செயல்பாடு, பெண்களுக்குக்கான முக்கியத்துவம், குடிமக்கள் பங்கேற்பின் முக்கியத்துவம் மற்றும் அரசியல் ஈடுபாட்டிற்கான வழிகள் பற்றி இளைஞர்களும் முன்மொழிழ்வதற்கான இடமும் அதற்கான பொதுவெளியும் தேவை என்பதன் அடிப்படையில் 'புளியந்தோப்பு சாசனம்' என்கிற இந்த வரவை ஆவணமாக கொண்டுவருவதில் முதன்மை பங்களித்துள்ள முனைவர் அருட்பணி வ.செபஸ்தியான் மற்றும் முனைவர் ஐ.ஜான் மர்லின் இன்பகுமார் ஆகிய இருவரும் பாராட்டுக்குரியவர்கள்.

'புளியந்தோப்பு சாசனம்' என்கிற இந்த ஆவணம் தேர்தலுக்கு முன்பாகவே அனைத்துத் தரப்பு மக்களுக்கும் கொண்டுசெல்லவேண்டும். குறிப்பாக இந்தப் 'புளியந்தோப்பு சாசனம்' என்கிற இந்த ஆவணம் புதிய வாக்காளர்கள் மற்றும் பெண்கள் இடையே விவாதமாக்கி, அதன் வழியே இளைஞர்கள் அதிகாரமயமாக்குதலுக்கு உதவியாக இந்த ஆவணம் வள ஆதாரமாக்க பயன்படுத்தப்பட்டால், அதுவே இந்த 'புளியந்தோப்பு சாசனம்' ஆவணத்துக்கு கிடைக்கப்பெற்ற மிகப்பெரிய அங்கீகாரம் எனக் கூறலாம்.

வாழ்த்துக்களுடன்,

பணி ஜான் கிறிஷ்டி. ச.ச

இயக்குனர் சலேசிய இளையோர் பணிக்குழு ,

சென்னை - 10.

பொருளடக்கம்

1. இந்திய அரசியல் சாசனம் முகப்புரை - ஆங்கிலம்   11

2. இந்திய அரசியல் சாசனம் முகப்புரை - தமிழ்   12

3. தாழ்வாரத்திலிருந்து   13

4. பதிப்புரை   15

5. இளையோரின் மனசாட்சி   19

6. இளைஞர்களின் முழக்கங்கள்   22

7. சாசனம்-புளியந்தோப்பு சாசனம்- சில குறிப்புகள்   23

8. சம அதிகாரம்: இப்பொழுது?   26

9. நாங்களே எதிர்காலம்; எதிர்காலம் எங்களுடையது.   28

10. நான்கு வழிச்சாலைகள்   30

I. பின்னிணைப்பு - 1: கலந்தாய்வில் பங்கேற்ற இளையோர்கள்

II. பின்னிணைப்பு - 2: இந்திய அரசியல் சாசனம் - வரலாற்று பரிணாமம்

III. பின்னிணைப்பு - 3: இந்திய அரசியல் சாசனம் - அதிகார திணிப்பு அல்ல

सत्यमेव जयते
CONSTITUTION OF INDIA
Preamble
WE THE PEOPLE OF INDIA, having
solemny resolved to constitute India into a
Sovereign Socialist Secular Democratic Republc
and to secure to all its citizens
JUSTICE
Social, economics and political:
LIBERTY
of thought, expression, brief, faith and worship
EQUALITY
of status and of oppertunity: and to
promote among them all
FRATERNITY
assuring the diginity of the individual and
the unit and integrity of the Nation
IN OUR CONSTITUENT ASSEMBLY
this twenty-sixth day of November, 1949, do
HEREBY ADOPT, ENACT AND GIVE TO
OURSELVES THUS CONSTITUTION

இந்திய அரசியல் சாசனம்
முகப்புரை

"இந்தியாவின் மக்களாகிய நாங்கள்
இந்தியாவை ஒரு சுதந்திரமான,
சமுதாய நலம்நாடும், சமயச்சார்பற்ற,
சமஉரிமைக் குடியரசு நாடாக அமைக்க
மனமார்ந்து முடிவுசெய்து, அதன்
குடிமக்கள் எல்லோருக்கும் சமூக,
பொருளாதார, மற்றும் அரசியல்
நியாயமும், எண்ணத்தில்,
வெளிப்பாடுகளில், நம்பிக்கையில்,
மதம் மற்றும் வழிபாடுகளில்
சுதந்திரமும், சமூகநிலையில் மற்றும்
வாய்ப்புகளில் சமத்துவமும் கிடைக்கச்
செய்யவும், ஒவ்வொரு மனிதனின்
மதிப்பையும் நாட்டின் ஒருமையையும்
முழுமையையும் காக்கும்வண்ணம்
அவர்கள் அனைவரிடமும்
உடன்பிறப்புணர்வை ஊக்குவிக்கவும்
நம் அரசியல் அமைப்பு உருவாக்கும்
அவையில் இந்த 1949 நவம்பர்
இருபத்தாறாம் நாளில் இங்ஙனம்
இந்த அரசாங்க சாசனத்தை இயற்றி,
எங்களுக்கே தந்து, ஏற்றுக்கொள்கிறோம்."

தாழ்வாரத்தில் இருந்து...

ஜனநாயகம் என்பதன் நவீன புரிதலின் விளக்கம் ஆளுமைக்கான மக்கள் அதிகாரம் என்பதனை உள்ளடக்கியுள்ளது. தற்போதைய இந்திய ஜனநாயக அமைப்பை பெரும்பான்மை தேர்தல் முறையின் அடிப்படையில் உருவாக்கப்படுகிறது. நேர்மையான மற்றும் வெளிப்படையான தேர்தல்கள், கண்ணியமான முறையில் நடைபெறச் செய்ய பல்வேறு விதமான சட்ட வழிமுறைகளும், தேர்தல் ஆணையத்தின் ஒழுங்கு நடவடிக்கைகளும் மேற்கொள்ளப்பட்டாலும், பல நேரங்களில் வெகு மக்களின் பொது மனசாட்சியை பொதுவாக வெளிப்படுத்துவதில்லை.

'ஆதிக்கமே அதிகாரம் (Power asDominance), எதிர்ப்பே அதிகாரம் (Power as Resistance) மற்றும் பங்கேற்பே அதிகாரம் என்கிற அதிகாரம் சார்ந்த குழப்பம் (Power as Participation) இன்றைய இளைய தலைமுறையின் மத்தியில் இருந்து வருகின்றது. எனவே அரசியல் அறம் சார்ந்த பங்கேற்பு அதிகாரம் குறித்தான அரசியல் புரிதலை உருவாக்க வேண்டிய தேவையை இன்றைய **'கட்சி அரசியல்'** களம் உருவாக்கியுள்ளது. குறிப்பாக இன்று இந்திய அரசியல் ஜனநாயகம் தன்னை கலாச்சார சாராம்சத்துடன் தகவமைத்துக்கொள்ளும் அபாயம் அதிகரித்து கொண்டு இருக்கும் சூழலில், **'சம அதிகாரம் இப்பொழுது: ?'** என்கிற இளையோர்களின் உரிமை வேட்கையை வெளிப்படுத்தும் கொள்கை விளக்கமே புளியந்தோப்பு சாசனம் — 2024'

"இளையோராய் இணைந்தெழுவோம் - தேசம் காப்போம்" என்கிற அறைகூவலுடன் "இந்தியாவின் எதிர்காலமே நாங்கள்; எதிர்காலமே எங்களுடையது" என்கிற எதிர்

நோக்குடன் அரசியல் அமைப்பு உரிமையை காத்து, அடுத்த தலைமுறைக்கான சமூகநீதி அடையாளத்தை உருவாக்கும் செயல் திட்டங்களின் முன்மொழிவுகளை அறிக்கையிடுவதே புளியந்தோப்பு சாசனம் —2024

புளியந்தோப்பு சாசனம் —2024 என்பது, இந்திய அரசியல் அமைப்பு சட்டம் போன்றது. புளியந்தோப்பு சாசனம், இளையோர்களின் கூட்டு சிந்தனையாக தொகுக்கப்பட்ட ஆவணம் மட்டுமல்ல ; இது

- ஒரு கனவு

- நமது இலக்கு

- உத்தரவாதங்களின் தொகுப்பு; வெகுநாள் ஆசைகளின் பெட்டகம்

- மக்களின் கூட்டு முயற்சியின் விளைவு

- மக்களின் நெடிய கனவுக்கான விடை

- நமக்கான தேசிய தத்துவம்

- வர இருக்கின்ற காலங்களில் நம் மக்களின் பயணத்தில் தம் ஆன்மாவுக்கு மிக நெருக்கமாக சுமந்து செல்ல இருக்கின்ற மதிப்பீடுகளின் வெளிப்பாடு

- விடுதலை பெற்ற இந்தியாவின் அடையாளம்

இத்தகைய இலக்குகளை உள்ளடக்கிய 'புளியந்தோப்பு சாசனம்—2024' என்கிற இந்த ஆவணத்தை கூட்டு சிந்தனைகளின் ஆவணமாக உருவாக்கித் தந்துள்ள பேசின் பாலம் இளையோர்களை வாழ்த்துகிறேன். இளையோர்களின் கூட்டு முயற்சியால் உருவாக்கப்பட்டு இருக்கின்ற 'புளியந்தோப்பு சாசனம் —2024' என்கிற இந்த ஆவணம் தலைமுறை மாற்றத்துக்கான ஒரு வரலாற்று ஆவணம் என அறிவிப்பதில் நான் பெருமை கொள்கிறேன்.

களப்பணியின் செயல்பாட்டில்
முனைவர் பணி. வ. செபாஸ்தியன். ச. ச.,
தொன்போஸ்கோ குழுமம்,
பேசின் பாலம் - சென்னை - 600012

பதிப்புரை

கடந்த 15 ஆண்டுகளுக்கும் மேலாகவே இந்திய மக்கள் அச்சுறுத்தலுடன் வாழ்ந்து வருகின்றார்கள். முதலில் மத சிறுபான்மையினர் அச்சிறுத்தலுடன் வாழப் பழகிக்கொண்டனர். அதன் பின்னர் இந்த மண்ணின் மைந்தர்களான பூர்வகுடிகளும் அட்டவணை சமூகத்தினரும் அச்சுறுத்தலுடன் வாழப் பழகிக்கொண்டனர். பெண்களும் திருநங்கைகளும் எப்பொழுதுமே அச்சுறுத்தலுடன் வாழப் பழகிக்கொண்டனர். இவற்றில் இந்த அச்சுறுத்தல்களை சுருக்கமான வரியில் சொல்ல வேண்டும் என்றால், இந்திய அரசியல் அமைப்புச் சட்டமே அச்சுறுத்தலில்தான் இப்போது இருந்து கொண்டிருக்கின்றது.

ஆளும் ஒன்றிய அரசு கொண்டு வருகின்ற மக்களுக்கான திட்டங்கள் எல்லாமே தற்போதைய நிலையில், இந்திய அரசியலமைப்புச் சட்டத்தை அச்சுறுத்துவதாகவே அமைகின்றது. குறிப்பாக ஒரே நாடு — ஒரே சட்டம் என்பது இந்திய அரசியலமைப்புச் சட்டத்தில் சொல்லி இருக்கின்ற துணை கண்டம் கூட்டாட்சி என்கின்ற கருதுகோளுக்கு எதிரான ஒரு திட்டம்.

குடியுரிமைச் சட்டம் அதைப்போலவே மக்களுக்கு எதிரான அல்லது மக்களை அச்சுறுத்தலோடு வாழச் செய்கின்ற சட்டமாகும். ஏன் இந்திய அரசியலமைப்புச் சட்டத்தை மாற்றுகின்ற ஒரு திட்டத்தில் அல்லது செயலிழக்க செய்து புதியதொரு அரசியல் அமைப்புச் சட்டத்தை உருவாக்க வேண்டும் என்கின்ற நோக்கத்தில், தற்போது ஒன்றியத்தில் ஆட்சியில் இருக்கும் பாரதிய ஜனதா கட்சி செயல்படுத்துகின்றது என்றால், அதற்கு மூன்று காரணங்களைச் சொல்லலாம்

முதலாவதாக, குடிமக்கள் அனைவரும் சுதந்திரம், சமத்துவம், சகோதரத்துவம், மதச்சார்பின்மை என்கின்ற வரையறைக்குள் தற்போதுள்ள இந்திய அரசியலமைப்புச் சட்டத்திற்குள் அடங்குவதால், இந்தக் கருத்தை அல்லது இந்தச் சட்டப்பிரிவை மாற்ற ஒன்றிய அரசு துடிக்கின்றது. ஏனென்றால் பகவான் புத்தர் முன்மொழிந்த பிறப்பின் அடிப்படையில் மக்கள் அனைவரும் சமம் என்கின்ற கருத்தைத்தான் சுதந்திரம், சமத்துவம், சகோதரத்துவம், மதச்சார்பின்மை ஆகியவற்றுக்குள் அடக்க முடியும்.

இரண்டாவதாக, ஒரு குறிப்பிட்ட சமூகத்தினரை அல்லது சாதியினரை மக்கள் தொகை எண்ணிக்கையில் மிக சிறுபான்மையினராக இருந்தாலும் கூட, வளங்களின் அடிப்படையில் வேலை வாய்ப்பின் அடிப்படையிலும் கல்வியின் அடிப்படையில் அனைத்து அதிகார மையங்களிலும் தலைமையில் அமர்ந்து கொண்டு, தாங்கள் ஆதிக்கம் செய்து வந்தது. சுதந்திரத்திற்கு பின் ஒடுக்கப்பட்ட மக்களின் கல்வி, வேலை வாய்ப்பு ஆகிய பலன்களை அரசியலமைப்புச் சட்டத்தின் படி பெறுவதால் அதனை மாற்ற துடிக்கின்றனர்.

இறுதியாக, ஒவ்வொரு நாடும் அதனுடைய அரசியல் அமைப்புச் சட்டத்தை மிகவும் புனிதமாகக் கருதும் இந்தியாவை தவிர்த்து மற்ற நாடுகளில் எல்லாம் அரசியலமைப்புச் சட்டம் மிக முக்கியமானது, பிரதானமானது, மாற்றமில்லாதது, சட்டத்தில் சொல்லி உள்ளபடி அனைவருக்கும் பொருத்தமானது, பொதுவானது. ஆனால் இந்திய அரசியலமைப்புச் சட்டம் இந்திய ஆளும் வர்க்கத்துக்கும் அதிகார மையத்திற்கும் எப்பொழுதுமே ஏற்றுக்கொள்ள முடியாத ஒரு சட்டமாகவே இருந்து வருகிறது. அதில் உள்ள சமத்துவம் என்கின்ற கோட்பாடு பிறப்பின் அடிப்படையில் உயர்ந்தவர் — தாழ்ந்தவர் என்கின்ற இந்து மதத்தின் அடிப்படை சாராம்சத்தை உடைக்கின்ற ஒரு கோட்பாடு ஆகும். எனவே இதனை ஏற்றுக்கொள்ள முடியாத ஒரு பிரிவினர்களும் அதிகார மையமும் இதுவரையிலும் 130 க்கும் மேற்பட்ட எண்ணிக்கையில் இந்திய அரசியலமைப்புச் சட்டத்தை திருத்தி இருக்கின்றது. உலகத்தின் பிற நாடுகளில் அரசியலமைப்புச் சட்ட திருத்தம் என்பது பெரும் முயற்சிக்குப் பிற்பாடு மட்டுமே ஒன்று அல்லது இரண்டு

முறை திருத்தப்பட்டிருக்கிறது. ஆனால் இந்தியாவில் மட்டுமே அது தொடர்ந்து திருத்தப்பட்டு வருகிறது. ஒவ்வொரு முறை அரசியலமைப்புச் சட்டம் திருத்தப்படும் போது, ஒரு பிரிவினரின் நலன்கள் முன்னிறுத்தப்படுகிறது; வெகு மக்களின் நலன்களுக்கு பின்னடைவு ஏற்படுகின்றது.

இதற்கெல்லாம் காரணம் இந்திய அரசியலமைப்புச் சட்டத்தை தனி ஒரு மனிதராக புரட்சியாளர் அம்பேத்கர் அனைத்து மக்களுக்கும் பொதுவானதாக, அனைத்து மக்களின் நலன்களை முன்னிறுத்துகின்ற வகையில் எழுதி நடைமுறைப்படுத்த வைத்ததுதான் காரணம். 130 நாடுகளின் அரசியலமைப்புச் சட்டங்களை ஆய்வு செய்த பின், படித்தபின் அவற்றில் இருக்கின்ற சிறப்பு அம்சங்களை எடுத்து இந்திய அரசியலமைப்பு சட்டத்தை புரட்சியாளர் அம்பேத்கர் உருவாக்கினார். அப்படி உருவாக்கிய சட்டங்கள் அனைத்து மக்களுக்கும் பொதுவானது என்கின்ற உரிமை கோரலை உயர்நிலை சாதிகள் ஆன பார்ப்பனியர்கள் ஏற்றுக் கொள்ள மறுக்கின்றனர். இடைநிலை சாதிகளான பிற்படுத்தப்பட்ட மக்களும் ஏற்றுக்கொள்ள மறுக்கின்றனர். ஏனென்றால் தங்களுக்கு கீழ் ஏதேனும் ஒரு சாதி இருந்துகொண்டே இருக்க வேண்டும்; தங்களுக்கு தொண்டு ஊழியம் செய்து கொண்டே இருக்க வேண்டும் என்பதை அவர்கள் எப்பொழுதுமே விரும்புபவர்களாக இருக்கின்றார்கள்.

இதுவரையிலும் இந்திய மக்கள் தரப்பிடம் இருந்து ஏன் இத்தனை முறை அரசியலமைப்பு சட்டம் திருத்தப்படுகின்றது அல்லது திருத்தப்பட்டு இருக்கின்றது என்கின்ற கேள்வி எழுந்ததில்லை. ஆனால் வரலாற்றில் முதன்முறையாக 'புளியந்தோப்பு சாசனத்தின் வழியாக, அத்தகைய ஒரு கேள்வி எழுந்திருப்பதாகவே இந்தப் புத்தகம் எனக்கு சொல்கின்றது. மேலும் இந்த புத்தகத்தின் முக்கிய கருத்தான இளையவர்கள் கையிலே எதிர்காலம், இளையவர்களுக்கான வாய்ப்புகள் முன்னிறுத்தப்படுகின்றன என்பதை **'இளையோரே இணைந்தெழுவோம்; தேசம் காப்போம்'** போன்ற வாசகங்கள் மிகுந்த நம்பிக்கை அளிக்கின்ற வாசகங்கள்.

இந்திய ஜனநாயகத்தை காப்பாற்றுவதற்கு இத்தகைய முன்னெடுப்பும் கேள்விகளும் அவசியமான ஒன்று.

அத்தகைய ஒரு முயற்சியை ஆவணம் ஆக்கி சாசனம் ஆக்கி புத்தகமாக்கி தந்திருக்கின்ற அருட்தந்தை செபாஸ்டியன் அவர்களை மரியாதையுடன் வணங்குகின்றேன். அன்பிற்கினிய அண்ணன் இன்பக்குமார் அவர்களே இந்த ஒரு முயற்சியில் இணைந்ததற்காக பாராட்டுகின்றேன். குறுகிய காலத்தில் இந்த புத்தகத்தை சிறப்பாக வடிவமைத்த வடிவமைப்பாளர் பிரகாஷ் ராஜகோபால் அவர்களுக்கு எனது மனமார்ந்த நன்றிகள். சிறப்பான அட்டைப்படத்தையும் அவரே வடிவமைத்தார். இந்தப் புத்தகத்தை இந்திய அரசியலமைப்பு சட்டத்தின் பால் அக்கறை கொண்டுள்ள அனைவரும் வாங்கி படித்து மற்றவர்களுக்கும் பரிசாக அளித்து இந்தக் கருத்துக்களை பரவச் செய்ய வேண்டும் என்று கேட்டுக்கொள்கிறேன் நன்றி.

அறம் பதிப்பகத்துக்காக,

மா அமரேசன்

ஆரணி,

மார்ச் 2024

●

இளையோரின் மனசாட்சி

நவீன இந்தியாவில் ஒட்டுமொத்த மக்கள் தொகையில் சுமார் 67 சதவிகிதம் இளையோர்கள் என்பதை இந்தியா பெருமிதத்தோடு கொண்டாடுகிறது. உலக தொழிற்சந்தையில் சுமார் 25 சதவிகிதம் இந்திய இளைஞர்களின் பங்களிப்பு இருக்கின்றது என்பதனை சர்வதேச நாடுகள் ஆச்சர்யத்துடன் உற்று நோக்குகின்றது. 'வளரும் இந்தியா (Developing India)', 'ஒளிரும் இந்தியா (India Shines)', 'மிளிரும் இந்தியா (India Glitters)' என சர்வதேச அரங்கில் வல்லாண்மை மிக்க அரசாக இந்தியாவை நாங்கள் உருவாக்க இருக்கின்றோம், என்கிற வீர முழக்கங்கள் இந்தியாவில் எல்லாப் பகுதிகளிலும் விளம்பரப் படுத்தப்படுகிறது. ஆனால், அதிகப் பெரும்பான்மையாக இளையோர்கள் தங்கள் நலனில், வளர்ச்சியில், மேம்பாட்டில், மற்றும் தொழிற் திறனில், சிறப்புக் கவனம் செலுத்தப்படவேண்டும் என்பதனைக் கண்டுகொள்ளாத நிலைமை அதிகரித்துக்கொண்டு வருகின்றது.

இன்றைய சூழலில், இளையோர்களை அதிகாரப்படுத்தவும், அரசியல் புரிதலை உருவாக்கவும், விழிப்புணர்வை ஏற்படுத்தவும், அவர்களுக்கான தன்னிறைவு, தொழில் திறமை, வளர்பதற்குமான முறையான செயல் திட்டங்கள் வகுக்கப்பட்டாலும், நடைமுறையில் அனைத்தும் கிடப்பில் வைத்திருப்பதை அதிகாரத்தில் உள்ள அனைவரும் நியாயப்படுத்தி வருகின்றனர்.

இன்றைய தகவல் தொழில்நுட்ப வளர்ச்சியால், முழுமையாக உருவாக்கப்பட்டுள்ள, இளைய தொழில்நுட்ப தலைமுறையினர் எதார்த்த உலகத்தோடு இணைந்து வாழமுடியாத கற்பனைக் காட்சிகளாலும் மூழ்கி இருக்கின்ற சூழல் அதிகமாகிக்கொண்டே

வருகின்றது, உலக அரசியல் போக்கு குறித்தோ, அதிகார பங்கேற்பு குறித்தோ, உரிமை சார்ந்த பிரதிநித்துவம், சிந்திக்காமலும், சமூக அறநெறி விழுமியங்களும், சமூகநீதி குறித்த நேர்மறையான பார்வையும் இல்லாத தலைமுறையாக வார்த்தெடுக்கப்படுகின்றனர். தங்களின் நிலையான எதிர்கால தேவை குறித்தோ, இயற்கை கனிமவளங்களின் சூறையாடல் குறித்தோ, முதலாளித்துவ சுரண்டல் — பொருளாதார திட்டங்கள் குறித்தோ, சிறிதும் அக்கறை இல்லாமல் — கண்டுகொள்ளாமல் — மெத்தனப்போக்கோடு வளர்கின்ற இளைய தலைமுறையாக மட்டுமே காணமுடிகிறது. இந்திய அளவிலும், தமிழக அளவிலும், ஒரு குறிப்பிட்ட எண்ணிக்கையிலான இளைஞர்கள் பல்வேறு விதமான அரசியல் சார்ந்த 'இசங்களி'ன் கருத்தியல்களை சரியான புரிதல் இன்றி தவறான அரசியல் நடைமுறைக்கு உட்படுத்தப்படுகின்றார்கள். **'ஒற்றை தேசியம்'** மற்றும் **'கலாச்சார தேசியம் (Cultural Nationalism)'** போன்ற சித்தாந்தங்களால் தவறாக வழி நடத்தப்பட்டு, அரசியல் சாசன உரிமைக்கு எதிராகவும், மனித உரிமைக்கு எதிராகவும் அடிப்படை மனித மாண்பை சிதைக்கின்ற வன்முறை செயல் திட்டங்களுக்கு தங்களை அர்ப்பணித்துக் கொள்கிறார்கள்.

இத்தகைய நெருக்கடியான காலச்சூழலில் இந்திய அரசியல் அமைப்புச் சாசனத்தின்மீது முழு நம்பிக்கை கொண்டுள்ள ஜனநாயக சக்திகளும், **"நாங்களே எதிர்காலம்; எதிர்காலம் எங்களுடையதே"** என்று முழுமையாக நம்புகின்ற இன்றைய இளையோர்கள் அனைவரும் ஒன்று சேர்ந்து எதிர்கால இந்தியாவை பாதுகாப்புமிக்க, சமநிலையில் அணுகக்கூடிய, அனைவரையும் உள்ளடக்கிய, சமூக நீதியோடு நிலையானத்தனமாய் கொண்ட, முடிவெடுப்பதிலும், பங்கேற்ப்பு அதிகாரத்தையும், உரிமைகளையும் வாய்ப்புகளையும், உறுதி செய்கின்ற இந்தியாவை மறுகட்டமைப்பு செய்வது இன்றைய இளைஞர்களின் சமூக அறம் சார்ந்த தலையாய கடமையாகும். சமூக மாற்றத்தில் அக்கறை கொண்ட, நம்பிக்கை சமூகமான பேசின் பாலத்தின் இளையோர்கள் சேர்ந்து நடத்திய கலந்தாய்வின் விளைவாக **'இளையோரே இணைந்தெழுவோம்; தேசம் காப்போம்'** என்கிற கருத்தின் அடிப்படையில்,

பரந்துபட்ட அளவிலான பொதுவிவாதத்தினை சென்னை வாழ் இளைஞர்கள் ஒன்று திரண்டு விவாதிப்பது மற்றும் கலந்துரையாடுவது என்பதற்கான ஒருங்கிணைந்த செயல் திட்டமே நடைபெற்று முடிந்த இந்த கருத்தரங்குக்கான கருப்பொருள்.

குறிப்பாக இளையோர்களின் ஒருங்கிணைப்பின் விளைவாக சமூகநீதிக்கான இயக்கத்தவர்களையும், அர்ப்பணிப்புள்ள செயல்பாட்டாளர்களையும், கண்ணியமான அரசியல்வாதிகளையும், நேர்மையான குடும்பங்களையும், உருவாக்குவதற்கான செயல்திட்டங்களை முன்மொழிகின்ற கொள்கை விளக்க சாசனத்தை வெளியிடுவதே இதன் நோக்கமாகும். அதே வேளையில் அறம் சார்ந்த குடிமை சமூகங்களில் ஒருமையையும், தூய்மையான பாதுகாப்புள்ள சுற்றுச்சூழலை உருவாக்குவதிலும், நீடித்த நிலையான வளர்ச்சிக்கான பசுமை அரசியலை உருவாக்கும் பொறுப்புள்ள இளையோர் சமூகமாக செயல்படுவோம் என்று முடிவெடுப்பதற்கான நிகழ்வாகவும் இந்த கருத்தரங்கம் திட்டமிடப்பட்டு ஒருங்கிணைக்கப்பட்டது.

எனவே, இந்திய அரசியலமைப்பு சட்டத்தின் முகப்புரையில், உள்ள விழுமியங்களான சமத்துவம், சமூகநீதி, சுதந்திரம், இறையாண்மை, சமசார்பின்மை ஆகிய மதிப்பீடுகளின் பாதுகாவர்களாக செயல்படுவதற்கான அறைகூவலை இளையோர்களாகிய நாம் வெளிப்படையாக அறிவிப்பதற்கான செயல்திட்டத்தில் தங்களை முழுமையாக இணைத்துக்கொண்டு துரிதமாக செயல்பட அழைக்கின்றோம்.

இந்தியாவை கட்டமைக்கும் இன்றைய மாற்றத்திக்கான மூகவர்கள் நாமே...

அறிவார்ந்த இளைய சமூகமாக இப்பொழுதே, புதிய பாதையமைப்போம்...

மக்கள் ஜனநாயகத்தை முன்னிறுத்த இன்றே மாற்றத்துக்கு அடிதலமிடிடுவோம்...

இளைஞர்களின் முழக்கங்கள் / இளைஞர்களுக்கான முழக்கங்கள்

1. *சம அதிகாரம்; இப்பொழுது?*

   EQUAL POWER; NOW?

2. *எங்கள் அடையாளத்தை உருவாக்குதல்...*

   MAKING OUR MARKS...

3. *நாங்கள் இல்லாமல், எங்களுக்கு எதுவுமில்லை...*

   NOTHING FOR US; WITHOUT US...

4. *இளையோர் அதிகாரமயமாதல்: செயல்பாட்டுக்கான அறைகூவல்*

   YOUTH EMPOWERMENT: A CALL TO NATION

5. *இளையோர்கள் தேசத்திற்கான ஆற்றல். நாட்டின் எதிர்காலம்*

   YOUTH IS THE ENERGY OF THE NATION; THE FUTURE OF THE COUNTRY

சாசனம் - புளியந்தோப்பு சாசனம் - சில குறிப்புகள்

வர்க்கம் — மொழி — மதம் — பாலியல் — வாழிடம் — மற்றும் மண்டல அடிப்படையிலான ஏற்றத் தாழ்வுகளும், ஆதிக்க சாதி —அடிமை சாதி, ஆண்—பெண், திரு நங்கை — திருநம்பி என ஆதிக்கம் செலுத்தப்படுகின்ற இந்தச் சமூகத்தில் இளைஞர்களாகிய நாங்கள் மௌனமாய் இருக்கவும், எங்களை குறைத்து மதிப்பிட்டும், அலட்சியப்படுத்தப்பட்டும் வாழ்வதற்கு நாங்கள் கற்பிக்கப்படுகின்றோம். அரசியல் ரீதியான பங்கேற்பு என முன்வருகின்ற நேரத்தில், வளரிளம் பருவத்தினர் (teens) மற்றும் இளைஞர்கள் (youth) ஆகியோர், தடைகளால், எங்களை பின்னிழுத்து நிறுத்துகின்ற செயல்பாடுகளையும் சந்திக்க வேண்டியுள்ளது. எனவே, இளைஞர்களாகிய நாங்கள் இன்றே, இப்பொழுதே, செயல்பட வேண்டியுள்ள அவசியம் உள்ளது.

பொது மக்களின் அடிப்படை உரிமைகளை, விளிம்புநிலை மக்கள் வரையில் முன்னெடுக்கும் இத்தகைய சாசனம் வரலாற்றின் பக்கங்களில் பதிவுசெய்யப்பட்டுள்ளது. இதைக் குறிப்பிட்டு சொல்லவேண்டுமெனில்,

* லூக்கா 4:18—21—இல், சொல்லப்பட்டுள்ள விவிலியப் பகுதியானது, ஏசாயா 61:1 — இல் இருப்பதை இயேசு வாசித்து, தன் திருப்பணியை தொடங்குவதற்காக, இயேசுவால் அறிவிக்கப்பட்ட சாசனமே *நாசரேத்தூர் சாசனம்* (NAZARETH MANIFESTO).

* நிறுவனமயமாக்கப்பட்ட திருச்சபை கட்டமைப்பிற்குள், சீர்திருத்தத்தை முன்னெடுக்க உருவான சிறு பொறியே *தரங்கம்பாடி சாசனம்* (THARANGAMBADI MANIFESTO),

- சமூகத்துக்குள் வலிந்து திணிக்கப்பட்டுள்ள சனாதனத்தால் தாழ்த்தப்பட்ட நிலைக்கு தள்ளப்பட்ட மக்களின் அவலமும், வேலையின்மை காரணமாக குடும்பங்களாக இடப்பெயர்ச்சிக்கு உள்ளாகும் நிலை முழுமையாக தவிர்க்கப்பட வேண்டுமென, உள்ளூர் பொருளாதார கொள்கைத் திட்டத்தை முன்னிறுத்திய குடிமை சமூக அரசியல் அறிக்கை — CIVIC COMMUNITY POLITICS - MANIFESTO, (ஐ. ஜா. ம. இன்பகுமார், DR. அம்பேத்கர் மக்கள் மனித உரிமை இயக்கம் வெளியீடு, திருபுவனம், சிவகங்கை மாவட்டம் —மே—2006)

- விளிம்புநிலை பெண்களும், சிறுவர்களும் இந்த சந்தை ஆதிக்க சமூகத்தில் சுரண்டப்படும் நிலையிலிருந்து மாற்றப்படுவதற்கான அறிக்கையை முன்மொழிந்ததே **போளூர் சாசனம்** - **POLUR MANIFESTO** (பணி. வ. செபஸ்டியன்—ஐ. ஜா. ம. இன்பகுமார், வியா வெளியீடு —போளூர், திருவண்ணாமலை மாவட்டம், திசம்பர்— 2008),

- சமூகத்தின் பாலியல் — மொழி — இனம் — வர்க்கம் — சாதி — வசிப்பிட பகுதி — நிறம் — வர்ணம் என வேற்றுமைப்படுத்தும் சமூகத்தில், சந்தைக்கு முன் அனைவரும் சமம் என்பது மட்டுமல்ல; சட்டத்துக்கு முன்பாகவும் அனைவரும் சமம் என்பதை உரத்து சொன்ன **தலித் சாசனம்** - **DALIT MANIFESTO** (பணி. வ. செபஸ்டியன்—ஐ. ஜா. ம. இன்பகுமார், சக்தி பெண்கள் முன்னேற்ற சங்கம் வெளியீடு, —போளூர், திருவண்ணாமலை மாவட்டம், திசம்பர்—2010)

- இந்திய சமூகத்தில் தற்பொழுது நடைமுறையில் இருக்கும் பெரும்பான்மை தேர்தல் முறையானது, விளிம்பு நிலை மக்களை அதிகாரமயமாக்குவதில் வெற்றி பெறவில்லை. எனவே இந்திய சமூகத்துக்கு விகிதாச்சார தேர்தல் முறை அவசியம் என்பதை முன்மொழிந்த **இந்திய தேர்தல் சீர்திருத்தத்துக்கான பெர்லின் அறிக்கை** - **BERLIN MANIFESTO** — (எம். சி. ராஜ்— தமிழாக்கம் ஐ. ஜா. ம. இன்பகுமார்—CERI வெளியீடு, கெடிலம், திசம்பர்—2011

- இந்தியாவைக் காக்க "எழுவோம் இணைவோம்"

என்கிற குரலோடு நாட்டைக் காப்போம் இயக்கம் முன்னெடுத்த (17 அக்டோபர் 2023) **குடிமை சமூகங்களின் கூட்டமைப்பின் உரிமைப் பிரகடனம்.**

• திருச்சபைக்குள் அமைக்கப்படவேண்டிய குழுக்களை குறித்தும், அதன் செயல்பாடுகளைக் குறித்தும் அறிவித்த சாசனம் **ஏலகிரி அறிக்கை** - (YELAGIRI DECLERATION)

என்பதனைத் தொடர்ந்து, தற்பொழுது இந்திய மொத்த மக்கள்தொகையில் 67 சதிவிகிதம் உள்ள இளையோர்கள், சென்னையின் பேசின் பிரிட்ஜ் பகுதியில் வசிக்கின்ற இளைஞர்களால் ஒருங்கிணைக்கப்பட்டு, "இளையோராய் இணைந்தெழுவோம் — தேசம் காப்போம்" என்பதனை அடிப்படையாகக்கொண்டு, எதிர்வரும் 2024 பாராளுமன்ற தேர்தலை முன்னிட்டும், அரசியலைப்பு சட்டத்தை பாதுகாப்போம் என்கிற செயல்திட்டத்தை வலியுறுத்தும் சாசனமே புளியந்தோப்பு சாசனம்.

'சம அதிகாரம் — இப்பொழுது' என்பதோடு, 'நாங்கள் இல்லாமல் எங்களுக்கு எதுவுமில்லை' என இளையோர்களாகிய நாங்கள் இணைந்து எங்களுக்கான அடையாளத்தை உருவாக்கவும், எங்களுக்கு 'நாங்கள் இல்லாமல் எதுவுமில்லை' உரிமை சார்ந்த குரலாக வரலாற்றில் பதிவாகும் என்பதாலும், அதற்கான செயல்பாடுகளை முன்னெடுக்கவும் இதுவே சரியான தருணம் என்பதாலும், இளைஞர்களாகிய நாங்கள், எங்களுக்கான பிரகடனமாக 'புளியந்தோப்பு சாசனம்—2024' எனும் ஆவணத்தை உங்களுக்கு அறிவிக்கின்றோம்.

மனித உரிமைகள், சுதந்திரங்கள் மற்றும் சமூகத்திற்கான அவர்களின் அடிப்படைக் கடமைகள் ஆகியவற்றை முழுமையாக மதிக்க வேண்டியதன் அவசியத்தை உணர்ந்து, தனிநபர் மற்றும் கூட்டு வளர்ச்சிக்கான பொறுப்பு அனைத்து நபர்களுக்கும் உள்ளது. எனவே ஒவ்வொருவரும் வளர்ச்சிக்கான அரசியல், பொருத்தமான, சமூக மற்றும் பொருளாதார ஒழுங்கை மேம்படுத்தி பாதுகாக்க வேண்டும் என நமது 'புளியந்தோப்பு சாசனம்—2024' வலியுறுத்துகின்றது.

சம அதிகாரம்: இப்பொழுது?

இளைஞர்கள், பெண்கள் ஆகிய எங்களுடைய அனைத்து பன்முகத்தன்மையிலும், எங்களுக்கு சமவாய்ப்பும் சம அதிகாரமும் உண்டு என்பதை **நாங்கள் நம்புகின்றோம்...**

ஜனநாயாக நாட்டின் அனைத்து நிர்வாக செயல்பாடுகளிலும் அனைத்து சமூக — அரசியல் — பொருளாதார — பண்பாட்டு தளங்களிலும், இளைஞர்களாகிய எங்களுக்கு விகிதாச்சார பிரதிநித்துவத்தை, வருகின்ற ஆண்டுகளுக்குள் சேர்க்கப்பட்டு நடைமுறை செயல்பாட்டுக்குள் கொண்டுவரவேண்டும் என, **நாங்கள் ஆசைப்படுகின்றோம்...**

இளைஞர்களாகிய எங்களிலிருந்து, சமூகநீதிக்கான இயக்கத்தலைவர்கள், அர்ப்பணிப்புள்ள செயல்பாட்டாளர்கள், மாற்றத்தை உருவாக்கும் களப்பணியாளர்கள், கண்ணியமிக்க அரசியல்வாதிகள், நேர்மையான குடும்பங்கள், அறம் சார்ந்த குடிமை சமூகங்கள், தூய்மையான — பாதுகாக்கப்பட்ட சுற்றுச்சூழல் ஆகியவை, நமக்கான சமூகத்தில் இருந்து உருவாக்கப்பட வேண்டும் என்பதில் நாங்கள் மிகவும் நுட்பமாக செயல்பட ஒருங்கிணைந்துள்ளோம்.

கும்பல் அதிகாரத்தின் கொடுங்கரங்கள், விளிம்பு நிலை மக்களின் குரலை ஒடுக்கும் நிலையில் இருந்து, பொதுமக்களின் குரலையும் ஒடுக்கும் அளவுக்கு எதேச்சதிகாரம் நீட்சி அடைந்துள்ளது. எனவே, இப்பொழுதே இளையோர்களுக்கான சம அதிகாரம் எனும் ஒற்றைக்கோட்பாட்டை முதன்மையாக்கி, **நாங்கள் இல்லாமல் எங்களுக்கு எதுவுமில்லை** எனும் அடிப்படைக்களத்தை நிறுவி, அதன் வழியே எங்கள்

அடையாளத்தை உருவாக்குதல் எனும் செயல்பாட்டுக்காக, வாழ்வுக்கான அறத்தை தேசத்தை கட்டமைப்பதிலும், எங்கள் நேரத்தை மூலதனமாக்கி இந்திய அரசியல் சாசனத்தினை பாதுகாத்திட, இளையோர்களுக்கு *சம அதிகாரம் - இப்பொழுது?* என்பதை உயிர்த்தேவை என முழக்கமாக்குவோம்.

எங்களுக்கு வேண்டும்... ஏனெனில், இளைஞர்களாகிய நாங்களே, அறம் சார்ந்த குடிமை சமூகங்கள் கட்டமைக்கும் மாற்றத்துக்கான தூதுவர்கள். அதுமட்டுமின்றி இளையோர்கள் முன்னேற்றத்துக்கான முகவர்கள். எனவே — சுதந்திரம், சமத்துவம், சகோதரத்துவம், இறையாண்மை, மதச்சார்பின்மை மற்றும் சமூகநீதி உள்ளடக்கியவற்றின் சமூக கட்டமைப்பாளர்கள் என்பதை யாராலும் மறுக்க முடியாது.

இளைஞர்களாகிய நாங்கள், தேசிய மற்றும் மக்கள் நலன் சார்ந்த சட்ட திருத்தங்களில் பங்கு பெறுவதற்காகவும், எங்களுடைய உரிமைகளைப் பாதுகாக்க, அனைத்து செயல்பாடுகளையும் முன்னெடுக்கவும் இளையோர் பிரதிநிதித்துவம் வேண்டுமென, இளையோர்களாகிய நாங்கள் ஒன்றிய அரசையும் — மாநில அரசையும், ஒன்றிய — மாநில சட்டங்களையும், கோருகின்றோம்

தகவல் பலகை - 1

* இந்தியாவில் வேலையின்மைக் காரணமாக ஒவ்வொரு மணி நேரமும் 2 இளைஞர்கள் தற்கொலை செய்து கொள்கின்றனர்.

* *20 - 24 வயதுடைய இளைஞர்களிடையே வேலையின்மை விகிதம் 44.49 %.*

* *மொத்தம் 30 லட்சத்துக்கும் மேற்பட்ட அரசுப் பணியிடங்கள் காலியாக உள்ளன.*

ஆதாரம்:- இனியன் X தளம்

நாங்களே எதிர்காலம்;
எதிர்காலம் எங்களுடையது.

இளையோர்களாகிய எங்களுக்கு *சம அதிகாரம்; இப்பொழுது?* என்கிற இளையோர்களின் உரிமைக்குரல், ஜனாயகத்தை செங்குத்து அதிகாரத்தில் இருந்து சமதள அதிகார மாற்றத்துக்கு எடுத்துசெல்ல வேண்டும். அதே நேரத்தில், **நாங்கள் இல்லாமல் எங்களுக்கு எதுவுமில்லை** என்கிற தத்துவத்தின் அடிப்படையில், எங்கள் அடையாளத்தை உருவாக்குதல் என்பது எதிர்கால இந்தியாவிற்கான காலத்தின் கட்டாயமாகிறது. எனவே, இளையோர்கள் முன்மொழிகின்ற புளியந்தோப்பு சாசனம் என்கிற இந்த ஆவணமானது முடிவெடுப்பவர்களை கூர்ந்து நோக்கி, நுட்பமாக கவனித்து — தீவிரமாக செயல்பட அழைக்கிறது.

குறிப்பாக, பாதுகாப்புமிக்க, (SAFE), சமநிலையில் அனுகக்கூடிய (APPROACHABLE), சமுக நீதியோடு, நிலையான (SUSTAINABLE) தன்மை கொண்ட„ அனைத்தையும் உள்ளடக்கிய, (INCLUSIVE), முடிவெடுக்க (DECESION MAKING), பங்கேற்பு அதிகாரத்தையும், உரிமைகளையும், வாய்ப்புகளையும், உறுதி செய்கின்ற இந்தியாவை மறு கட்டமைப்பு செய்வதில் இன்றைய இளையோர்களாகிய எங்களின் சமுக அறம் சார்ந்த தலையாய கடமை என்பதை உணர்ந்து இளையயோராய் இணைந்து தேசம் காப்போம் என உறுதி ஏற்போம். ஏனெனில், **நாங்களே எதிர்காலம்; எதிர்காலம் எங்களுடையது.** எனவே, இளைஞர்களாகிய நாங்கள் எங்களுடைய சொந்த எதிர்காலத்துக்கு முன்னோடியாக இருக்க விரும்புகிறோம். அதுமட்டுமின்றி, நாங்கள் எவ்வித பாகுபாடுகளற்ற அணுகுமுறையை கோருகிறோம்.

கடந்த காலங்களில், எங்களை வரையறுத்து வருகின்ற, பழமைவாத கோட்பாடுகள், அடிப்படைவாத சித்தாந்தங்கள், வலதுசாரி கொள்கைகள், ஒற்றைக் கலாச்சார சிந்தனைகள், கலாச்சார தேசியத்தின் கருத்தியல் ஆகியவற்றால், இளைஞர்களாகிய நாங்கள் மிகவும் களைப்படைந்துள்ளோம். இளைஞர்களாக, ஜனநாயக செயல்பாட்டை முன்னெடுத்து, அறம் சார்ந்த குடிமை சமூகத்தை கட்டமைக்க, இன்றே — இப்பொழுதே நாங்கள் தயார்? என புளியந்தோப்பு சாசனத்தை பிரகடனப்படுத்துகின்றோம். இந்தியா மட்டுமின்றி, உலகம் முழுவதிலும் அதிகாரத்தை தங்கள் கட்டுப்பாட்டில் வைத்திருக்கின்ற அனைவரும் 'புளியந்தோப்பு சாசனம்' என்கிற இந்த ஆவணத்தின் வழியாக இளையோர்களின் குரலை கூர்ந்து கேளுங்கள்.

இளைஞர்களாகிய — நாங்கள் முன்வைக்கும் *சம அதிகாரம் இப்பொழுது?* என்கிற அறைகூவலை கவனித்து — கேட்டு — தீர்வு காணவும் உடனடியாக செயல்படவும் சர்வதேச அரசுகளையும், பன்னாட்டு அமைப்புகளையும், ஒன்றிய மற்றும் மாநில அரசு என அனைவரையும் உலகளவில் சிந்தித்து, உள்ளூரளவில் செயல்பட அழைக்கின்றோம்.

தகவல் பலகை - 2

- இந்தியாவில் உயர்கல்விக்குச் செல்லும் மாணவர்களின் விகிதம் 28.4% தமிழகத்தில் 47%.

- இந்தியாவில் 834 பேருக்கு ஒரு மருத்துவர் மட்டுமே உள்ளனர். தமிழகத்தில் 253 பேருக்கு ஒரு மருத்துவர் உள்ளனர்.

- இந்தியாவின் சராசரி வறுமைக் குறியீடு 14.96%. ஆனால் தமிழகத்தில் வறுமைக் குறியீடு 2.20%.

ஆதாரம்:- சமயம், 1 மார்ச், 2024

நான்கு வழிச்சாலைகள்

இளையோர்களாகிய நாங்கள், அரசியல் செயல்பாடுகளில் பங்கேற்பதற்கும், இந்திய அரசியல் சாசனத்தை பாதுகாப்பதற்கான மிகப்பெரிய நான்கு வழிச்சாலைகளை (FOUR PATHWAYS) முன்னிருத்துகின்றோம்.

1. இளையோர்கள்

நிறுவனமயமாக்கப்பட்ட மற்றும் அமைப்பாக்கப்பட்ட அனைத்து தளங்களிலும், முடிவெடுப்பவர்களாக செயல்பட வேண்டும். அதற்கு, இளையோர்கள் அனைவரும் கருத்துரிமை உள்ளவர்களாக (RIGHT TO OPINION), பதிலளிக்கும் கொள்கைகளாக (ACCOUNTABLE POLICIES), யுக்தி கொண்டதாக (STRATEGICAL), வரையறுக்கப்பட்ட எல்லைகளுக்குள் (DEFINED BOUN DARIES), அர்த்தமுள்ள (MEANINGFUL), பாதுகாப்புடன் பங்கேற்பு (PROTE CTIVE PARTICIPATION) உறுதி செய்யப்படவேண்டும் (TO BE ENSURED).

2. ஒன்றிய அரசும் மாநில அரசும், உள்ளூர் நிர்வாகமும் கீழ் கண்டவற்றை உறுதிசெய்ய வேண்டும்.

- இளையோர்களின் அரசியல் பங்கேற்பை நோக்கிய பன்மைத்துவமும் (DIVERSIFIED PARTICIPATION), உள்ளடக்கியதான (INCLUSIVE) வழிமுறைகள்.

- இளைஞர் மூலமாக உள்ளூர் வளங்களை பதுகாத்தல் (PROTECTION OF LOCAL RESOURCES THROUGH YOUTH),

- விளிம்புநிலை மக்களுக்கும் உயர் கல்வி மற்றும் வேலைவாய்ப்பினை உறுதி செய்தல் (ASSURING HIGHER

EDUCATION & EMPLOYMENT FOR MARGINALIZED PEOPLE),

- இளையோர்களுக்கு தலைமைத்துவ வாய்ப்புகள்.

- உள்ளூர் நிர்வாகத்தில் இளைஞர்களுக்கு முடிவெடுக்கும் அதிகாரத்தினை வழங்குதல் (ENSURING EQUAL SPACES IN THE DECESION MAKING POWER IN LOCAL GOVERNANCE).

3. முழுமையான கவனம் செலுத்தபடுதல்

- உடல் தோற்றத்தின் மீது, அல்லது கருத்தியல் ரீதியாக நேர்மையான இளையோர்கள் தாக்கப்படுகின்ற சூழலில்,

- மாற்று சிந்தனை கொண்ட இளையோர்கள் 'பூஜ்ய சகிப்புத்தன்மை'க்கு நெருக்கப்படுகின்ற சூழலில்,

- ஜனநாயக செயல்பாட்டில், சந்தர்ப்பவாதிகளாக மாறாத, உண்மையான இளையோர்கள் மீது ஊடக வெளிச்சம் வெளிப்படாத சூழலில்,

- இணையதளத்திலும், நெகிழிதளத்திலும், பழிவாங்கப்படும் இளையோர்களுக்கு நிரந்தர தீர்வும், உரிய நீதியும் கொடுக்கப்படாத சூழலில்,

ஒன்றிய அரசு, மாநில அரசு மற்றும் சமுக ஊடங்கங்கள் ஆகியவை கீழ்கண்ட அம்சங்களில் முழுமையான கவனம் செலுத்த வேண்டும்.

4. அங்கீகரிக்கப்பட வேண்டும்

- குடிமை சமுக செயல்பாடுகளில் குறிப்பாக — கிராம சபை — பஞ்சாயத்தின் நிலைக் குழுக்கள் — ஜமாபந்தி — மாவட்ட அளவிலான நிர்வாகக் குழுக்கள் — மாநகர கவுன்சிலின் துணை குழுக்கள், மாநில திட்ட குழுக்கள், தமிழக அரசின் இளைஞர் மற்றும் விளையாட்டு மேம்பாட்டுத்துறை, ஒன்றிய அரசின் மனிதவள மேம்பாட்டு துறை மற்றும் நேரு 'யுவ கேந்திரா' போன்ற துறைகளில் 50% இளையோர்களின் பங்கேற்பு.

- இளையோர்களுக்கான சிறப்பு உட்கூறு திட்டம் (SPECIAL COMPONENT PLAN FOR YOUTH)

- இளையோர்களுக்கான வள ஆதாரங்கள்

- இளையோர் குழுக்கள் — ஆகியவற்றை ஐக்கிய நாடுகள் சபை — அரசாங்கங்கள் மற்றும் நமது குடிமை சமூகங்கள் ஆகியவை அங்கீகரித்து செயல்பட வைக்க வேண்டும்.

- இந்தியாவை உருவாக்கும் இன்றைய மாற்றத்துக்கான முகவர்கள், இளையோர்களாகிய நாம் மட்டுமே, அறிவார்ந்த இளையோர் சமூகமாக இன்றே — இப்பொழுதே, புதிய பாதையை கட்டமைப்போம். புதிய விடியலுக்கான மாற்றத்தை உருவாக்குவோம். நியாயம் நம் பக்கம் இருக்கும்பொழுது நாம் தோற்போம் என நெல் முனையளவேனும் நினைக்கத் தேவையில்லை.

ஆடுகளைத்தான் கோவில்கள் முன்பாக பலியிடுகிறார்களேத் தவிர, சிங்கங்களை அல்ல. எனவே நாம் ஆடுகளாக இருக்க வேண்டாம் எனும் அம்பேத்கரின் பொன்மொழிகளை நமக்கான சுவாசமாக்குவோம். இளையோராய் இணைந்து, தேசம் காக்க, எழுந்து காட்டுவோம் வாருங்கள் என வடசென்னையின், பேசின் பிரிட்ஜ் பகுதியில் இருந்து இளையோர்களின் அறைகூவலாக புளியந்தோப்பு சாசனம்....

தகவல் பலகை - 3

- உலகில் தற்கொலை செய்துகொள்ளும் மூன்று பெண்களில் ஒருவர் இந்தியர்.

- உலகில் தற்கொலை செய்துகொள்ளும் நான்கு ஆண்களில் ஒருவர் இந்தியர்.

- இந்தியாவில் வருடந்தோறும் 2.5 லட்சம் இந்தியர்கள் தற்கொலைக்கு முயல்கின்றனர்.

- உலகில் பெண்கள் தற்கொலை செய்துகொள்ளும் சதவிகிதம் 7. ஆனால் இந்தியாவில் 15%.

- கடந்த பத்து வருடங்களில் 75,000 மாணவ - மாணவியர் கல்வி காரணங்களுக்காகத் தற்கொலை செய்து கொண்டுள்ளனர்.

தாரம்:- வினவு, 26 ஆகஸ்ட், 2019

பின்னிணைப்பு - 1

ஜனநாயக செயல்பாட்டை முன்னெடுக்கவும் கும்பல்நாயகத்தை வீழ்த்தி பணநாயகத்தை ஒழித்து, கண்ணியமான அரசியலையும், அரசியல் சாசன பாதுகாப்பை உறுதிப்படுத்தும் செயல்பாடுகளில் தங்களை இணைத்துக்கொண்டு, செயல்பட பங்கேற்றோர்.

எண்	பெயர்	கையொப்பம்
1	ஆல்பார்ட் விக்னேஷ். A	
2	ஜெரால்டு வாள்தரிஷ். I	
3	மேத்தியு. M	
4	ராஜேஷ். U	
5	சூர்யா. J	
6	எட்வின். T	
7	ஆஷிஷ் ஸ்டீபன். A	
8	சுதாகர். S	
9	தானியேல். I	
10	ஹரிஷ். S	
11	ஹரிஷ். S	
12	பிரவீன். B	
13	அலெஸ்	
14	ஜெரால்டு ஆரோக்கியராஜ். P	
15	ஜான் மேத்தியு. R	

16	ஜனார்த்தனன். E	
17	ஜோசப். J	
18	ரோசி. S	
19	கேத்தரின். S	
20	ஷர்மிளா. G	
21	லியன்சி. J	
22	தீபிகா. A	
23	ஜெனிபர். A	
24	வெர்ஜினா மேரி. A	
25	பாரதி. A	
26	ஜீவ ரத்னா மரியதாஸ். J	

பின்னிணைப்பு - 2

இந்திய அரசியல் சாசனம் - வரலாற்று பரிணாமம்

ஆங்கிலேயர்கள் 1857 முதல் 1947 வரை இந்தியாவை ஆட்சி செய்தனர். இந்தியா இறையாண்மை கொண்ட ஜனநாயக நாடாக மாறத் திட்டமிட்டபோது, இந்த முறை பெரிதும் பாதிக்கப்பட்டது. இந்திய கலாச்சாரத்தில் சட்டங்களை ஒழுங்குபடுத்துவதற்கும் சமூக மற்றும் ஜனநாயக சூழலை செயல்படுத்துவதற்கும், ஒரு தனி அரசியலமைப்பின் தேவை இருந்தது. லக்னோவில் நடைபெற்ற அனைத்துக் கட்சிகளின் மாநாட்டின் மூலம் இந்தத் தேவை நிறைவேற்றப்பட்டது. அங்கு நன்கு வரையறுக்கப்பட்ட இந்திய அரசியலமைப்பைக் கொண்டு வருவதற்கான ஒரு மூலோபாய வளர்ச்சி அணுகுமுறை திட்டமிடப்பட்டது. இந்திய அரசியலமைப்பின் வரலாற்று நிகழ்வுகள். இந்திய அரசியலமைப்புச் சட்டத்தில் வரலாற்றுச் சிறப்புமிக்க சீர்திருத்தம் பற்றிப் பார்ப்போம்.

இந்திய அரசியலமைப்பில் அடுக்கு வரலாற்று பரிணாமம்

இந்திய அரசியலமைப்பு பல்வேறு அடுக்குகளில் பல வரலாற்று பரிணாமங்களை பார்வையிட்டது. இந்திய அரசியலமைப்பில் வரலாற்று பரிணாம வளர்ச்சியின் அனைத்து அடுக்குகளின் பட்டியல் இங்கே:

* 1773இன் ஒழுங்குமுறைச் சட்டம்
* பிட்ஸ் சட்டம் 1784
* 1813இன் சாசனச் சட்டம்
* 1833இன் சாசனச் சட்டம்

- *1853இன் சாசனச் சட்டம்*
- *1858இன் இந்திய அரசு சட்டம்*
- *இந்திய கவுன்சில் சட்டம் 1861*
- *இந்திய கவுன்சில் சட்டம் 1892*
- *1909இன் மோர்லி மின்டோ சீர்திருத்தங்கள்*
- *1919இன் மாண்டேக்—செல்ம்ஸ்ஃபோர்ட் சீர்திருத்தங்கள்*
- *1935இன் இந்திய அரசு சட்டம்*
- *இந்திய சுதந்திரச் சட்டம் 1935*

ஒவ்வொரு சட்டத்திலும் சீர்திருத்தங்கள் பற்றிய விரிவான கண்ணோட்டம்

இந்திய அரசியலமைப்பு ஒழுங்குமுறைச் சட்டம் 1773. வங்காளத்தின் ஆளுநராக இருந்த 'வாரன் ஹேஸ்டிங்ஸ்' வங்காளத்தின் கவர்னர் ஜெனரலாக மீண்டும் நியமிக்கப்பட்டார். தேவையான முடிவுகளை எடுக்க நிர்வாக சபைக்கு 4 உறுப்பினர்கள் தேர்ந்தெடுக்கப்பட்டனர். 1774இல், இந்தியாவின் மிக உயர்ந்த நீதிமன்றமாக கல்கத்தாவின் உச்சநீதிமன்றம் நிறுவப்பட்டது. அதிகாரிகள் தனியார் வர்த்தகத்தில் ஈடுபடுவதைத் தடுப்பது போன்ற சீர் திருத்தங்கள் இருந்தன.

இந்திய அரசியலமைப்பு பிட்ஸ் சட்டம் - 1784

இது வணிக மற்றும் அரசியல் செயல்பாடுகளை அரசியல் விவகாரங்கள் மற்றும் அரசியலை நிர்வகிக்கும் கட்டுப்பாட்டு வாரியம் போன்ற பொறுப்புகளுடன் பிரிக்கப்பட்டது. அதே சமயம், இயக்குநர்கள் நீதிமன்றம் வணிக வெளியீட்டைக் கையாண்டது. சுதந்திர தேசத்திற்கான கட்டமைப்பு செயல்முறையை விரைவுபடுத்துவதற்காக மெட்ராஸ் மற்றும் பம்பாயில் கவர்னர் கவுன்சில்கள் தயாராகி வருகின்றன.

இந்திய அரசியலமைப்பு சாசன சட்டம் - 1813

இந்திய அரசியலமைப்பு சாசனச் சட்டம் 1813, இந்தியாவின் தொழில்துறை தலைநகரில் மாற்றத்தை கொண்டுவந்தது.

பிரித்தானிய கிழக்கிந்திய நிறுவனம் இந்தியாவின் வர்த்தகச் சந்தையின் மீதான ஏகபோக உரிமையிலிருந்து விலகியிருந்தது. இருப்பினும், தேயிலை மற்றும் ஓபியம் வர்த்தகத்துறை இன்னும் பிரிட்டிஷ் நிறுவனத்துடன் இருந்தது.

இந்திய அரசியலமைப்பு சாசன சட்டம் - 1833

இந்தச் சட்டம் வில்லியம் பென்டிங் பிரபுவின் முதல் நியமனத்துடன் வங்காளத்தின் கவர்னர் ஜெனரலின் மறுவடிவமைப்பை இந்தியாவின் கவர்னர் ஜெனரலுக்கு கொண்டு வந்தது.

இந்திய அரசியலமைப்பு சாசனச் சட்டம் 1833 பம்பாய் மற்றும் சென்னை மாகாணங்களின் சட்டமன்ற அதிகாரங்களை நீக்கியது.

இந்திய அரசியலமைப்பு சாசன சட்டம் - 1853

இது கவர்னர் ஜெனரலின் சட்டமன்ற மற்றும் நிறைவேற்றும் அதிகாரங்களுக்கு இடையே பிரிவை ஏற்படுத்தியது. இது ஆறு உறுப்பினர்களைக் கொண்ட மத்திய சட்டமன்றக் குழுவை உருவாக்கியது. இந்த ஆறு பேரில் நான்கு பேருக்கு மெட்ராஸ், ஆக்ரா, பம்பாய் மற்றும் வங்காளத்தின் தற்காலிக அரசாங்கத்தால் பொறுப்பு வழங்கப்பட்டது.

இந்திய அரசியலமைப்புச் சட்டம் - 1858

1857 புரட்சி கிழக்கிந்திய கம்பெனியின் கைகளில் இருந்து. இந்தியாவின் கட்டுப்பாட்டையும் உடைமையையும் பறித்தது. கிழக்கிந்திய கம்பெனி போன்ற எந்த இடைத்தரகர்களும் இல்லாமல் அது பிரிட்டிஷ் மகுடத்தின் கைகளில் விழுந்தது. அதன் விளைவாக மாநிலச் செயலாளர் நியமனம், மாநிலச் செயலருக்கு உதவுவதற்காக ஒரு கவுன்சிலில் 15 உறுப்பினர்கள் நியமிக்கப்பட்டனர். இந்தச் சட்டம் கட்டுப்பாட்டு வாரியம் மற்றும் இயக்குநர்கள் நீதிமன்றத்தையும் ஒழித்தது.

இந்திய அரசியலமைப்பு இந்திய கவுன்சில் சட்டம் - 1861

வைஸ்ராய் கவுன்சிலில் இந்தியர்களை பிரதிநிதித்துவப்படுத்த மூன்று இந்தியர்கள் சட்டசபையில் நியமிக்கப்பட்டனர். வைஸ்ராய் கவுன்சிலில் இந்தியர்கள் அல்லாதோர் அதிகாரிகளாக நுழைவதை அனுமதிக்கும் விதிகள் உருவாக்கப்பட்டன. மெட்ராஸ் மற்றும் பம்பாய் பிரசிடென்சிகள் தங்கள் சட்டமியற்றும் அதிகாரங்களை மீட்டெடுத்தன. இந்தச் சட்டம் போர்ட்ஃபோலியோ அமைப்பின் அங்கீகாரத்தையும் கொண்டு வந்தது.

இந்திய அரசியலமைப்பு இந்திய கவுன்சில் சட்டம் 1892

இந்திய அரசியலமைப்பு இந்திய கவுன்சில் சட்டம் 1892 நியமனங்கள் அல்லது மறைமுக தேர்தல்களுடன் குறிப்பிடத்தக்க மாற்றத்தை கொண்டு வந்தது. பட்ஜெட் விவாதம் மற்றும் நிர்வாகக் கேள்விகள் மூலம் சட்டசபைகளுக்கு அதிக அதிகாரம் வழங்கப்பட்டது.

மோர்லி மின்டோ சீர்திருத்தங்கள் - 1909

இது இந்தியாவில் நேரடித் தேர்தலை அறிமுகப்படுத்தியது. மத்திய சட்ட மேலவை, ஏகாதிபத்திய சட்டசபையாக மாறியது. இந்தச் சட்டம் இந்தச் சீர்திருத்தத்திற்கு முன் 60 ஆக இருந்த சட்டமன்ற கவுன்சில்களின் எண்ணிக்கையை 16 ஆகக் குறைத்தது. மோர்லி மின்டோ சீர்திருத்தங்கள் ஒரு வகுப்புவாத வாக்காளர்களை ஏற்றுக்கொண்டன.

மாண்டேக் - செல்ம்ஸ்போர்ட் சீர்திருத்தங்கள் - 1919

மாண்டேக்—செல்ம்ஸ்ஃபோர்ட் சீர்திருத்தங்கள் மத்திய மற்றும் தற்காலிக பாடங்களுக்கு இடையே பிரிவை ஏற்படுத்தியது. அது சட்டமன்றத்தின் தேர்ந்தெடுக்கப்பட்ட உறுப்பினர்களிடமிருந்து அமைச்சர்களை பரிந்துரைக்க முன்மொழிந்து செயல்படுத்தியது. இந்தச் சட்டம் வைஸ்ராயின் நிர்வாகக் குழுவில் இந்திய வம்சாவழியைச் சேர்ந்த மூன்று உறுப்பினர்கள் இருக்க வேண்டும் என்பது கட்டாயமாக்கப்பட்டது. இந்தச் சட்டத்தின்

காரணமாக இந்தியாவின் முதல் பொது சேவை ஆணையம் உருவாக்கப்பட்டது மற்றும் வாக்களிக்கும் உரிமையை வழங்கியது, அந்த நேரத்தில் கிட்டத்தட்ட 10% மக்கள் அதைப் பெற்றனர்.

இந்திய அரசியலமைப்புச் சட்டம் - 1935

இந்தச் சட்டம் பிரித்தானிய இந்தியா மற்றும் சமஸ்தானங்களின் உறுப்பினர்களைக் கொண்ட அகில இந்திய கூட்டமைப்பு என்ற யோசனையை முன்மொழிந்தது. மாகாண மற்றும் மத்திய என பாடங்கள் பிரிக்கப்பட்டது. மையத்திற்கு கூட்டாட்சி பாடங்களின் பொறுப்பும், மாகாணத்திற்கு மாகாண பாடங்களின் பொறுப்பும் வழங்கப்பட்டது. இந்திய கவுன்சில் ஒழிக்கப்பட்டு புதிய கூட்டாட்சி நீதிமன்றம் நிறுவப்பட்டது. இந்தச் சட்டத்தை அமல்படுத்தியதன் மூலம் நிதி நிறுவனமான ரிசர்வ் வங்கி அறிமுகப்படுத்தப்பட்டது.

இந்திய அரசியலமைப்பு இந்திய சுதந்திர சட்டம் - 1947

ஆகஸ்ட் 15, 1947 அன்று இந்தியாவின் சுதந்திர தினம். இது இறையாண்மை பட்டத்துடன் சுதந்திரமாக அறிவிக்கப்பட்டது. பெயரளவிலான தலைவர்கள் அந்தஸ்து, வைஸ்ராய் மற்றும் கவர்னருக்கு வழங்கப்பட்டது. இந்திய அரசியல் நிர்ணயசபைக்கு சட்டம் இயற்றுதல் மற்றும் செயல் படுத்துதல் ஆகிய அதிகாரங்கள் வழங்கப்பட்டன.

முடிவுரை

இந்தியா பல நூற்றாண்டுகளாகக் பார்க்காத பல்வேறு மற்றும் சிறந்த வரலாற்றுப் பரிணாம வளர்ச்சியைக் கொண்ட நாடு. இந்திய அரசியலமைப்பின் வரலாற்றுப் பரிணாமம், வளங்கள் ஏதுமில்லாமல், பொருளாதாரம் இல்லாமல், இடர்பட்ட மாநிலமாக இருந்த தேசத்தின் விரைவான வளர்ச்சி போன்ற பல காரணங்களுக்காக அதிக முக்கியத்துவம் பெறுகிறது.

பின்னிணைப்பு - 3

இந்திய அரசியல் சாசனம் அதிகாரத்திணிப்பு அல்ல

எந்த ஒரு நாட்டுக்கும் அதன் ஆன்மாவாக அமைவது அந்த நாட்டின் அரசியல் சட்ட அமைப்பு என உறுதியாக கூறலாம். நம்முடைய நாட்டைப் பொறுத்தவரையில், நமது நாட்டின் ஆன்மாவாக இருப்பது நம்முடைய நாட்டின் இந்திய அரசியல் சாசனம் என்பதை யாராலும் மறுக்கமுடியாது. நமது அரசியல் சாசனம் உருவாக்கப்படுவதற்கு நேரமும், ஆற்றலும், அறிவார்ந்த செயல்பாடும் மிக அதிக அளவில் முன்னிறுத்தப்பட்டுள்ளது. நமது இந்திய அரசியல் சாசனம் மிக முக்கிய ஆவணமாக அமைந்திருப்பதோடு, அதன் முகப்புரை மிக முக்கியமான அரசியல் ஆவணமாக இருக்கின்றது. எனவேதான் ஜனயாகத்தின் இலட்சியங்களையும், அதன் கடமைகளையும் நிறுவனமயமாக்குவதற்கு இந்திய அரசியல் சாசனம் செயல்படுகிறது.

இந்திய அரசியல் சாசனத்தின் முகப்புரையை நாம் ஏற்காமல் அல்லது கடைபிடிக்காமல் தவிர்க்கும்போது அது ஜனநாயக செயல்பாட்டிலிருந்து அகன்று, தேர்தல் செயால்பாட்டுக்கு மட்டுமே தன்னை முன்னிறுத்திக்கொள்ளும் அபாயம் நேரிடும். குடிமை சமூகத்தின் ஒவ்வொரு நபரும் மிக கண்ணியமாக நடத்தப்படுவதை இந்திய அரசியல் சாசனம் உறுதிசெய்கிறது. பணக்காரன் — ஏழை, ஆண்டான் — அடிமை, படித்தவன் — படிக்காதவன், அறிவாளி — மூடன், கருப்பன் — வெள்ளையன் என எவ்வித வேறுபாடுகளும் இல்லாமல், அனைவரும்

சட்டத்துக்கு முன்பு சமம் என்ற விழுமியத்தை மனிதர்கள் தகுதியுடையதாகக் கருதும் வாழ்க்கையை வாழ்வதற்கான உரிமையை நமக்கு கையளித்து கொடுப்பதுதான் மக்கள் ஜனநாயகத்தின் அடிப்படை சாராம்சம், அதாவது, நமது வாழ்வை பயனுற வாழ்வதற்கும், குடிமை சமூகத்தின் ஒவ்வொரு நபருக்குமான சுதந்திர உரிமை, அரசியல் பங்கேற்புக்கான உரிமை, கருத்து வேறுபாடு உரிமை, நலவாழ்வு உரிமை, என ஆகச்சிறந்த வாழ்க்கைக்கு, தேவையான முன்நிபந்தனைகள் வழங்கப்படுவதை நமது அரசியல் சாசனம் உறுதி செய்கிறது.

ஜானாயகத்தின்மீது நம்பிக்கைக்கொண்ட அனைவரும், நமது ஜனநாயக வாழ்க்கையை முழுமையாக அறுக்கக்கூடிய, செயல்பாடுகளைக்குறித்து அக்கறை கொண்டிருந்தனர். எனவேதான் அரசியல் அமைப்பு உருவாக்கப்படவேண்டும் என அதிவிரமாக இருந்தனர். குறிப்பாக, 1948ஆம் ஆண்டு நவம்பர் 25ஆம் தேதி அரசியல் நிர்ணய சபையில் பாபாசாஹேப் பி. ஆர். அம்பேத்கர் கூறும்பொழுது, தாராளவாதத் தத்துவஞானியான ஜான் ஸ்டுவர்ட் மில் சொன்ன ஜனநாயகத்தைப் பேணுவதில் ஆர்வமுள்ள அனைவருக்கும் விடுத்த எச்சரிக்கையைக் கடைப்பிடித்தால்தான் ஜனநாயகத்தைப் பேண முடியும் என்கிற கருத்தை மேற்கோள்காட்டிப் பேசினார். மேலும், மக்கள் "தங்கள் சுதந்திரத்தை ஒரு பெரிய மனிதனின் காலடியில் வைக்கக்கூடாது. அல்லது தங்கள் நிறுவனங்களைத் தகர்க்க அவருக்கு உதவும் சக்திகளைக்கொண்டு அவரை நம்பக் கூடாது. வாழ்நாள் முழுவதும் நாட்டிற்கு சேவை செய்த பெரிய மனிதர்களுக்கு நன்றி செலுத்துவதில் தவறில்லை. ஆனால் நன்றியுணர்வுக்கு எல்லைகள் உண்டு" எனக்கூறியதோடு, மேலும் அவர், "எந்தவொரு மனிதனும் தனது மரியாதையின் விலையில் நன்றியுள்ளவனாக இருக்க முடியாது... எந்த தேசமும் அதன் சுதந்திரத்தின் விலையில் நன்றியுடன் இருக்க முடியாது." என்று, ஐரிஷ் தேசபக்தரான டேனியல் ஓ'கானலை மேற்கோள்காட்டி பேசியதை இங்கே நினைவில் நிறுத்தலாம்.

பல்வேறு தருணங்களில் நமது இந்தியாவின் ஜனநாயகம், பல்வேறு சூழல்களில் நம்மை தோல்வியடைய செய்திருக்கலாம், அல்லது நம்மைக் களைப்படைய செய்திருக்கலாம். ஆனால்

கண்ணியமான வாழ்க்கைக்கான உத்தரவாதத்தை நமது அரசியல் சாசனம் வழங்கியுள்ளது. 1970களில் இருந்து குடிமை சமூக அமைப்புகள், குடிமை உரிமைகளுக்காகவும், 1980களில் இருந்து சுற்றுச்சூழல் பாதுகாப்புக்காகவும், 1990—லிருந்து 2004 வரையிலான பதினான்கு ஆண்டுகளில் சமூக உரிமைகளுக்காகவும் ஒன்று திரண்டு செயல்பட்டுள்ளது, பெண்கள் இயக்கங்கள், சாதி ஒழிப்பு இயக்கங்கள், சாதி மறுப்பு இயக்கங்கள், நமது சமூகத்தின் மிக முக்கியமான பிரச்சினைகளை பொது அரங்கிற்கு கொண்டுவந்துள்ளது. ஆனாலும் பல்வேறு சமயங்களில், நமது குடிமைச் சமூகம் அச்சுறுத்தலுக்கு உள்ளாகியுள்ளது என்பதையும் நாம் மறந்துவிடமுடியாது

நமது இந்திய அரசியல் சாசனமானது நம்மை ஆண்ட காலணிய சக்திகளாலோ மற்றும் நம்மை ஆண்ட மன்னர்களாலோ நம்மீது திணிக்கப்படவில்லை. வெகுஜன மக்கள் இயக்கத்தின் மூலமாக முன்னெடுக்கப்பட்ட சுதந்திரப் போராட்டத்தின் விளைவாக நமக்கு கிடைத்த வெகுமதிதான் இந்திய அரசியல் சாசனமாகும். இந்த வெகுஜன மக்கள் இயக்கமானது நிலம், மொழி, வர்க்கம், சதி, மதம், பாலினம் என எவ்வித வேறுபாடுகளும் இல்லாமல் அனைவரையும் ஒருங்கிணைத்து செயல்பாட்ட இயக்கத்தின் வழியாக நமக்குக் கொடுக்கப்பட்டதே நமது இந்திய அரசியல் சாசனமாகும். நமது தலைவர்கள், இந்தியர்களுக்கான அரசியல் அமைப்பை, வயது வந்தோர் வாக்குரிமையால் தேர்ந்தெடுக்கப்பட்ட மக்கள் பிரதிநிதிகள் அமர்ந்திருக்கக்கூடிய அரசியல் அமைப்பு சபை மூலமாக உருவாக்கப்படவேண்டும் என்று முனைந்தனர். ஒருகாலத்தில் இந்திய துணைக்கண்டத்தின் தகவல் மற்றும் பண்பட்ட இதயங்களின் மொழியாக இருந்த உருது எதிரிகளின் மொழியாக கற்பிதம் செய்யப்படுவதும், உருது மொழி பேசுவோர் மற்றவர்கள் என அடையாளம் காணப்படுவதும் காலக்கொடுமை.

மெளலானா ஹஸ்ரத் மொஹானி (1875—1951) 'இன்குலாப் ஜிந்தாபாத்' என்ற சொற்றொடரை உருவாக்கினார். இது சுதந்திரப் போராட்டத்தின் முழக்கமாக, உருவெடுத்தது. பகத் சிங், ராஜ்

குரு, சுக்தேவ் ஆகியோர் தூக்கு மேடைக்கு அணிவகுத்துச் சென்றபோது, 'இன்குலாப் ஜிந்தாபாத்' என்ற முழக்கத்தை எழுப்பினர் என்பதையும் நாம் மறந்துவிடக் கூடாது. புரட்சிக் கவிஞரான ஜோஷ் மலிஹபாடியால் (1894—1982) எழுதப்பட்ட

'எதிரியின் தோட்டாக்களை எதிர்கொள்வோம்

நாம் சுதந்திரமாக இருந்தோம், தொடர்ந்து சுதந்திரமாக இருப்போம்'

என்கிற கவிதை சுதந்திரப் போராட்டத்துக்கு வீரியம் கொடுத்தது.

விடுதலைக்கான போராட்ட செயல்பாட்டை முடித்து விடுதலைக் காற்றை சுவாசித்த நம் தலைவர்கள், அரசியல் சாசனத்தை எழுதும் சூழலில் முனைந்தபொழுது, மீண்டும் இந்தியா பிளவுபட்டது. அழிவும் மரணமும் ஏற்பட்டது. அரசியலமைப்பை உருவாக்குவதற்கான பின்னணியை உருவாக்கிய அதே நேரத்தில், அஞ்சாமை, கனிவு, சகிப்புத்தன்மை, ஒருமைப்பாட்டுணர்வு, போன்ற விழுமியங்களோடு அரசியலமைப்பு சாசனம் உருவாக்கப்பட வேண்டும் என்பதே அரசியலமைப்பு பேரவையின் குறிப்பிட்ட ஆணையாகும். சுதந்திரத்துக்குப் பிறகு, உருவான காழ்ப்புணர்ச்சி, மதவெறி, மற்றும் பரிவினைவாதத்தின் அடிதளத்தின் மீது கட்டமைக்கப்பட்ட பிரிவினையின் கொடூரங்களும், வன்முறைகளின் உச்சமும், இந்திய துணைக்கண்டத்து மக்களின் ஆதிகால அடையாளங்கலைக் கொண்டு இந்தியதுணைக் கண்டத்தின் பெரும்பான்மை மக்களை இந்து — சீக்கியர் — முஸ்லீம் என பிளவுபடுத்தியது. இடிந்த வீடுகள், சூறையாடப்பட்ட வளங்கள், உருக்குலைக்கப்பட்ட வாழ்வாதாரங்களின் பணியிடங்கள், கோவில்கள், குருத்வாராக்கள், மசூதிகள் போன்ற அமைப்புகளின் இடிபாடுகளுக்கு மத்தியில் சிறுபான்மையின மக்களுக்கும் உரிமைகளை வழங்கக் கூடிய அரசியலமைப்பு சாசனம் பாபாசாஹேப் அம்பேத்கர் அவர்களின் தலைமையில் உருவாக்கப்பட்டது அதிசயம்.

1949 ஆம் ஆண்டு இந்திய அரசியலமைப்பு சபை உறுப்பினர்களின் குழு புகைப்படம் (சட்டமன்றம்).

நாடே, இந்தியா —பாகிஸ்தான் பிரிவினையால் துயரப்பட்டுக்கொண்டிருந்த நிலையில், நாட்டுமக்கள் தங்களைத் தாங்களே ஆண்டுகொள்ளுதல் என்கிற தத்துவத்தின்

அடிப்படையில், இந்திய அரசியல் சாசனம் எழுதி முடிக்கப்பட்டு, ஜனவரி 26, 1950 அன்று அரசியலமைப்பு அங்கீகரிக்கப்பட்டு, நமது நாடு குடியரசு நாடாக அங்கீகரிக்கப்பட்டது. நாம் நமது இந்திய அரசியல் அமைப்பு சாசனத்தின் முகப்புரையை உற்று நோக்கும்பட்சத்தில், பிளவுபட்ட சமூகத்தை ஒன்றிணைத்து, விடுதலைக்காகப் போராடிய ஒரு தலைமுறையின் இலட்சியங்களை உள்ளடக்கியதோடு, எதிர்கால தலைமுறைக்காகவும் நமது அரசியல் சாசனம் எழுதப்பட்டது. இந்த சாசனம் என்கிற முறையில் இந்திய அரசியல் அமைப்பு சாசனம் உருவாக்கப்பட்டது. ஒவ்வொரு குடிமகனுக்கும் சுதந்திரம், சமத்துவம், சகோதரத்துவம், மதசார்பின்மை, சமூகநீதி ஆகியவற்றின் அடித்தளத்தில் பெரும்பான்மை மக்களுக்கு கொடுக்கப்படும் பாதுகாப்பு, சிறுபான்மை மக்களுக்கும் உண்டு என்பதை நமது இந்திய அரசியல் சாசனம் உறுதி செய்கிறது. ஆனால், இன்றோ இந்திய அரசியல் சாசனம் திருத்தி எழுதவேண்டும் என கத்துகின்ற பாசிசவாதிகள், யாரை பிரதிநிதித்துவபடுத்துவார்கள், யாருடைய சித்தாந்தம் அடித்தளமாகும்? சுதந்திரம், சமத்துவம், சகோதரத்துவம், மதசார்பின்மை, சமூகநீதி ஆகியவற்றை குறித்து இவர்களது புரிதல் என்ன? என பார்த்தோமேயானால் அது நமக்கு மிகுந்த வேதனையைக் கொடுப்பதாகவே இருக்கும். ஒருவேளை பாசிசவாதிகள் மீண்டும் ஒன்றிய அரசின் தலைமைபீடத்தை கைப்பற்றினால் என்ன நிகழும்?

- மக்களுக்கு பதில் சொல்லத் தயாராக இல்லாத, மக்கள் நலனை முழுமையாக புறக்கணிக்கும் ஒற்றை தலைமைத்துவம் ஆட்சியை பிடிக்கும்.

- அடிப்படை உரிமைகள் எனும் பகுதியே இல்லாமல், புதிய இந்திய அரசியல் சாசனம் எழுதப்படும்.

மேற்கண்ட இரண்டு முக்கிய நிகழ்வுகளும் 2024 தேர்தலுக்கு பிறகு நடைபெறுமேயானால் ஏற்படும் விளைவுகளை பிவருமாறு பட்டியலிடலாம்.

- தனியுரிமை என்பது இல்லாமல் போகும்.

- சட்டமன்ற நடைமுறைகள் புறக்கணிக்கப்படும்.

- வரையறுக்கப்படாத சட்டங்களைப் பின்பற்ற வேண்டிய நெருக்கடிக்கு உட்படுவோம்.

- ஜனநாயக அரசியலில் இருந்து, சர்வாதிகார குடியரசின் மக்களாக நம்மை மாற்றிக்கொள்ளவேண்டிய நிலை உருவாகும்.

- பெரும்பான்மைவாதம் முழுமையடையும் பொழுது சிறுபான்மை மக்களின் நலன் மண்ணுக்குள் மூடப்படும். அத்தகைய அரசு சமூகநீதி குருத்தும், மதசார்பின்மை குறித்தும் நெல்முனையளவும் நினைத்துப் பார்க்காது என்பது மட்டுமே நிதர்சனமாகும்.

ஒரு தேசத்தில், அதன் கட்டுப்பாடற்ற அதிகாரத்தைப் பயன்படுத்துவதற்கான அரசாங்கங்களின் விருப்பம் மற்றும் விருப்பமின்மை குறித்தான தெளிவான சோதனைகள் அவசியமாகிறது. எனவேதான் நமக்கு நமது அரசியலமைப்பு தேவைப்படுகிறது. இதனை உற்று நோக்கும் பட்ச்சத்தில், நமக்கு பாபாசாஹேப் அவர்களின் தலைமையில் வரையறுக்கப்பட்ட இந்திய அரசியல் சாசனம், காலணித்துவ திணிப்பும் அல்ல; அது அதிகார திணிப்பும் அல்ல என்பதைத்தான் நாம் புரிந்துகொள்ள முடியும்.

●

தகவல் பலகை - 4

- வட இந்தியாவில் 49% குடும்பங்கள் சாதித்தீண்டாமையைக் கடைபிடிக்கின்றனர்.

- தென் இந்தியாவில் 20% குடும்பங்கள் சாதித்தீண்டாமையைக் கடைபிடிக்கின்றனர்.

- மேற்கு மாநிலங்களில் 13% குடும்பங்கள் சாதித்தீண்டாமையைக் கடைபிடிக்கின்றனர்.

- கிழக்கு மாநிலங்களில் 17% குடும்பங்கள் சாதித்தீண்டாமையைக் கடைபிடிக்கின்றனர்.

- கல்வி அறிவு பெறாத குடும்பங்களில் 30%. மக்கள் தீண்டாமையைக் கடைபிடிக்கின்றனர்.

- படித்த இளைஞர்களில் 6%. இளையோர் தீண்டாமையைக் கடைபிடிக்கின்றனர்.

ஆதாரம்:- வினவு, சனவரி 28, 2024

www.ingramcontent.com/pod-product-compliance
Lightning Source LLC
Chambersburg PA
CBHW020942160726
47993CB00007B/2903